Tập Nhạc
NGUYỄN BÍCH

Những sáng tác
được viết từ năm 1996 - 2021

" .....Đêm nay, thật buồn..
cháu lại tìm đến nhạc của Chú để hát.....
Cháu cảm ơn những bài nhạc của Chú,
lúc vui nhất cũng tìm đến để hát
và lúc buồn thật nhiều cũng tìm đến để hát
như một nỗi xoa dịu tâm hồn Cháu "

Nhã Uyên

Chicago 2/2021

Anh Sẽ Mãi Nhìn Em

Thơ Sóng Việt Đàm Giang
Nhạc Nguyên Bích

Bài Thơ Cho Anh

ý thơ : Sương Mai
Nhạc : Nguyên Bích

Bài Thơ Dễ Thương

Phóng tác theo chương trình " Những khoảng
khắc khó quên " của Uyển Diễm, Radio Bolsa

Nguyên Bích

Bài Thơ Tím

Nhạc : Nguyên Bích
Lời : Khánh Trân

Bâng khuâng

Ý thơ : Nguyễn Minh Đức
Nhạc : Nguyên Bích

Enjoy reading
Tranh Nguyễn Hữu Phước

Bắt Đền

Thơ Phạm Ngọc
Nhạc Nguyên Bích

Bên Dòng Sông Kỷ Niệm

Viết theo câu chuyện kể của Huyền Thi

Nguyên Bích

Buồn Tôi

Thơ : Phạm Thế Trường
Nhạc : Nguyên Bích

Cảm Ơn Anh

Thơ Hoàng Hoa Vũ
Nhạc Nguyên Bích

Cảm ơn anh vì anh đã yêu em. Cảm ơn anh vì nụ cười âu yếm anh trao Cảm ơn anh đã cho em vòng tay đã cho em cả con tim để em vui một đời sống êm đềm Cám ơn anh tình yêu thủa thanh xuân vẫn không phai dù tóc đã bạc mầu Cám ơn anh dắt em qua cơn sóng giữ em đừng vấp ngã giữa cuộc đời đầy mưa gió bão

Cây Đàn Năm Xưa

Nguyên Bích

Chết Đi Anh

Thơ : Minh Đức Hoài Trinh
Nhạc : Nguyên Bích

Chỉ Là Mơ Thôi

Thơ Mỹ Ngọc
Nhạc Nguyên Bích

Chia Tay

Thơ : Phạm Ngọc
Nhạc : Nguyên Bích

Chiều Quê Hương

Thơ : Trường Đinh
Nhạc : Nguyên Bích

Sep 12, 2003

Thiếu nữ
Tranh Đinh Cường

Cho Bé Của Anh

Thơ : Mùi Quý Bồng
Nhạc : Nguyên Bích

Sợi nắng tơ vàng lững lờ xuyên qua lá xanh và lén lên đậu cánh vai mềm. Rồi rất tinh nghịch hôn nhẹ lên đôi bờ má, làm bé của anh chợt ngẩn say. Cặp mắt nai vàng bỗng làm như xanh biếc thêm, và mái mi cong khép nhẹ êm đềm. Làm thắm môi hồng nụ cười càng thêm say đắm, và

Chơi Tóc

Nhạc Nguyên Bích
Thơ Cao Nguyên

Oct 24, 2018

Chớm Yêu

Thơ : Thanh An
Nhạc : Nguyên Bích

May 2, 2000

Chưa Một Lần Yêu

Thơ : Trường Đinh
Nhạc : Nguyên Bích

Em chưa một lần yêu, sao bước chân đợi chờ tương tư ngàn ý thơ sao tim

gầy ngây dại. Em chưa một lần yêu, sao bóng ai mơ mộng

sao ước vọng đầy vơi bao lần thương sầu thương. Em chưa một lần yêu, chưa một lần

yêu sao thơ thẩn chờ mong sao thổn thức cõi lòng gió dìu êm nét mộng bao sóng triều đại dương.

Em chưa một lần yêu, chưa một lần yêu sao lệ ướt mưa ngâu.

Em chưa biết nụ hôn đầu sao thao thức đêm dài mắt nồng cay ngại ngùng. Em chưa một lần yêu,

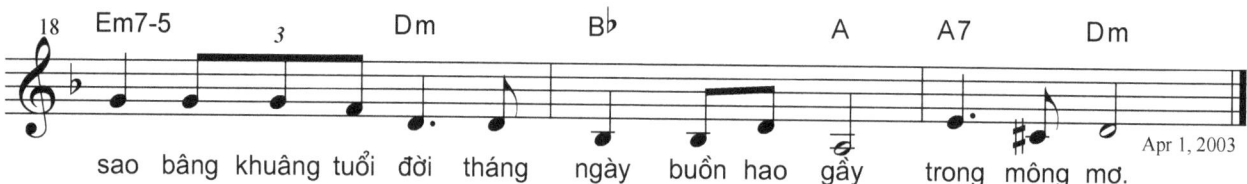
sao bâng khuâng tuổi đời tháng ngày buồn hao gầy trong mộng mơ.

Apr 1, 2003

Chút Nắng Muộn Về Giữa Hoàng Hôn

Nhạc : Nguyên Bích
Thơ : Hồng Trâm

Chuyện Tình Trương Ái Minh

Thơ : Phạm Thế Trường
Nhạc : Nguyên Bích

Công chúa Mỵ Châu
Tranh sơn mài Nguyễn Hữu Phước

Chuyện Tôi Với Nàng

Nguyên Bích

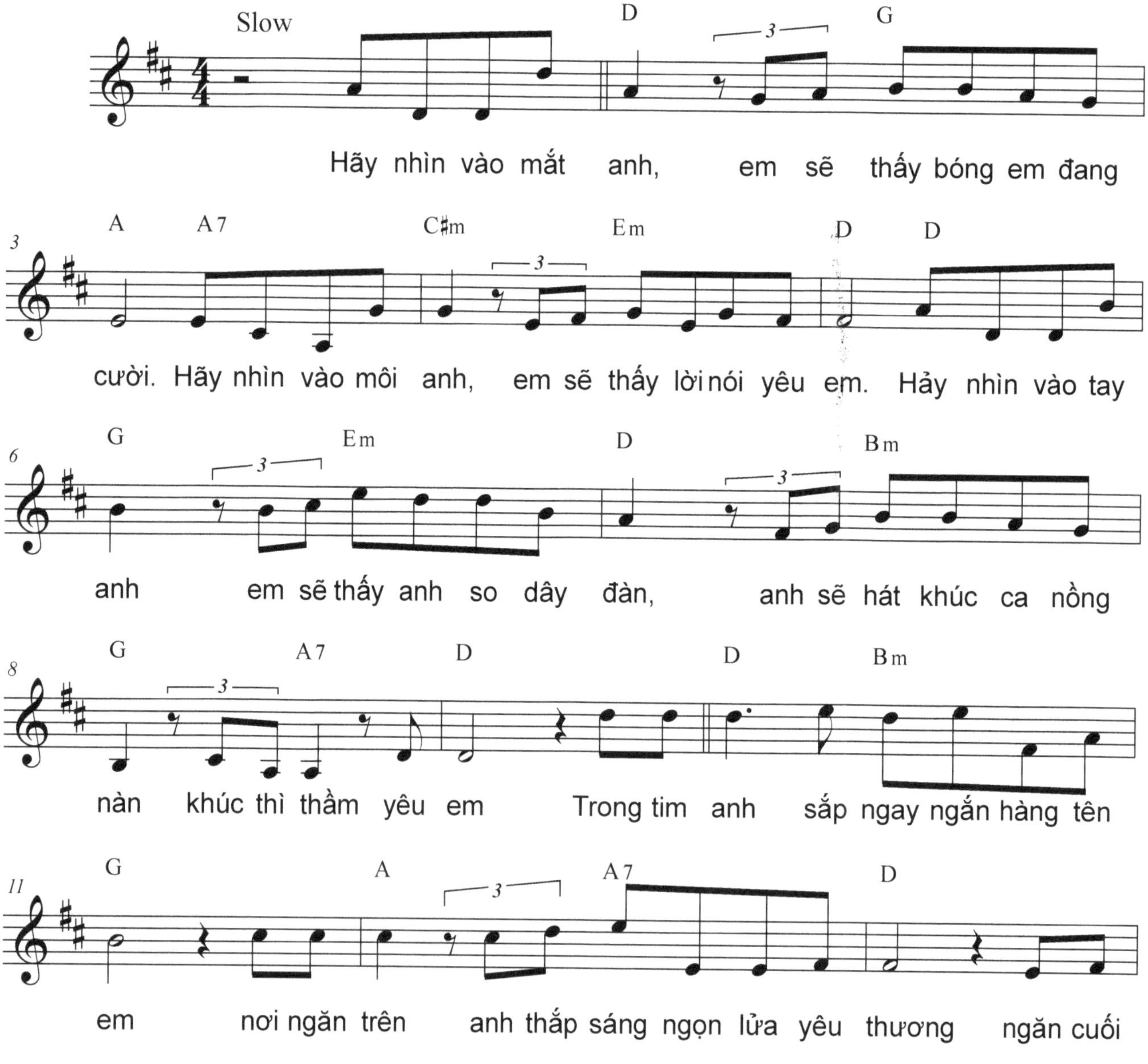

Slow
D G
Hãy nhìn vào mắt anh, em sẽ thấy bóng em đang
A A7 C♯m Em D D
cười. Hãy nhìn vào môi anh, em sẽ thấy lời nói yêu em. Hảy nhìn vào tay
G Em D Bm
anh em sẽ thấy anh so dây đàn, anh sẽ hát khúc ca nồng
G A7 D D Bm
nàn khúc thì thầm yêu em Trong tim anh sắp ngay ngắn hàng tên
G A A7 D
em nơi ngăn trên anh thắp sáng ngọn lửa yêu thương ngăn cuối

Con Đường Ta Đã Đi Qua

Thơ : Thái Thụy Vi
Nhạc : Nguyên Bích

Oct 7, 1998

Thiếu nữ áo xanh
Tranh Nguyên Khai

Cuộc Tình Phôi Pha

Nhạc : Nguyên Bích
Lời : Trường Đinh

Đà Lạt Kỷ Niệm

Nguyên Bích

Đam Mê

Nhạc và lời : Nguyên Bích

Đánh Rơi Linh Hồn

Nhạc và lời : Nguyên Bích

Dấu Chân Cọp Biển

Nhạc : Nguyên Bích
Thơ : Nguyễn Lê Minh

Dấu Chân Trên Cát

Thơ : Uyển Diễm
Nhạc : Nguyên Bích

Thơ thẩn một mình trên biển chiều nay, em lặng ngắm dấu chân mình trên cát. Những cơn sóng cứ xô vào bờ, dấu chân cứ cứ phai mờ dần, theo sóng biển ra khơi. Sao cứ hững hờ không như biển anh ơi? Sao chẳng đưa em vào lòng như sóng biển dạt dào yêu đương. Anh có thấy dấu chân em theo anh và có biết những nôn nóng đợi chờ, sao vô tình, sao vô tình với nồng nàn em

Đêm Vô Định

Nhạc : Nguyên Bích
Thơ : Thanh An

Đôi Mắt Tuyệt Vời

Nhạc và lời: Nguyên Bích

Em Đã Đi Như Đã Đến

Thơ : Vương Ngọc Long
Nhạc : Nguyên Bích

Mar 3, 2005

Em, Xin Chớ Mỉm Cười

Thơ Cao Nguyên
Nhạc Nguyên Bích

Ghét Anh, Giận Anh

ý thơ : Sương Mai
Nhạc : Nguyên Bích

Kết thúc cuộc hành trình

Tranh sơn dầu Nguyễn Phước

Giã Từ Quạnh Hiu

ý thơ : Phạm Anh Dũng
Nhạc : Nguyên Bích

Nhanh, vui

Nàng là nàng nàng ơi, mùa thu đã đến chưa em mà mây trên trời, mây trên trời đã bàng bạc trôi.

Chàng là chàng chàng ơi nhìn

Giọt Mưa

Thơ Cao Nguyên
Nhạc Nguyên Bích

Gọi Yêu

Thơ : Mùi Quý Bồng
Nhạc : Nguyên Bích

Oct 1999

Gửi Người Ra Đi

Nhạc : Nguyên Bích
Thơ : Mộc Lan

Hạnh Phúc

Nguyên Bích

Hãy Bảo Tôi

Thơ : Du Tử Lê
Nhạc : Nguyên Bích

Hẹn Ước

Thơ : Thanh An
Nhạc : Nguyên Bích

Apr 30, 2000

Gặp gỡ trên đường

Tranh Nguyễn Phước

Hôn Em

Thơ : Nguyễn Minh Dức
Nhạc : Nguyên Bích

Dec 15, 2008

Khổ Vì Yêu

Thơ Cao Nguyên
Nhạc Nguyên Bích

Khói Môi

Thơ Cao Nguyên
Nhạc Nguyên Bích

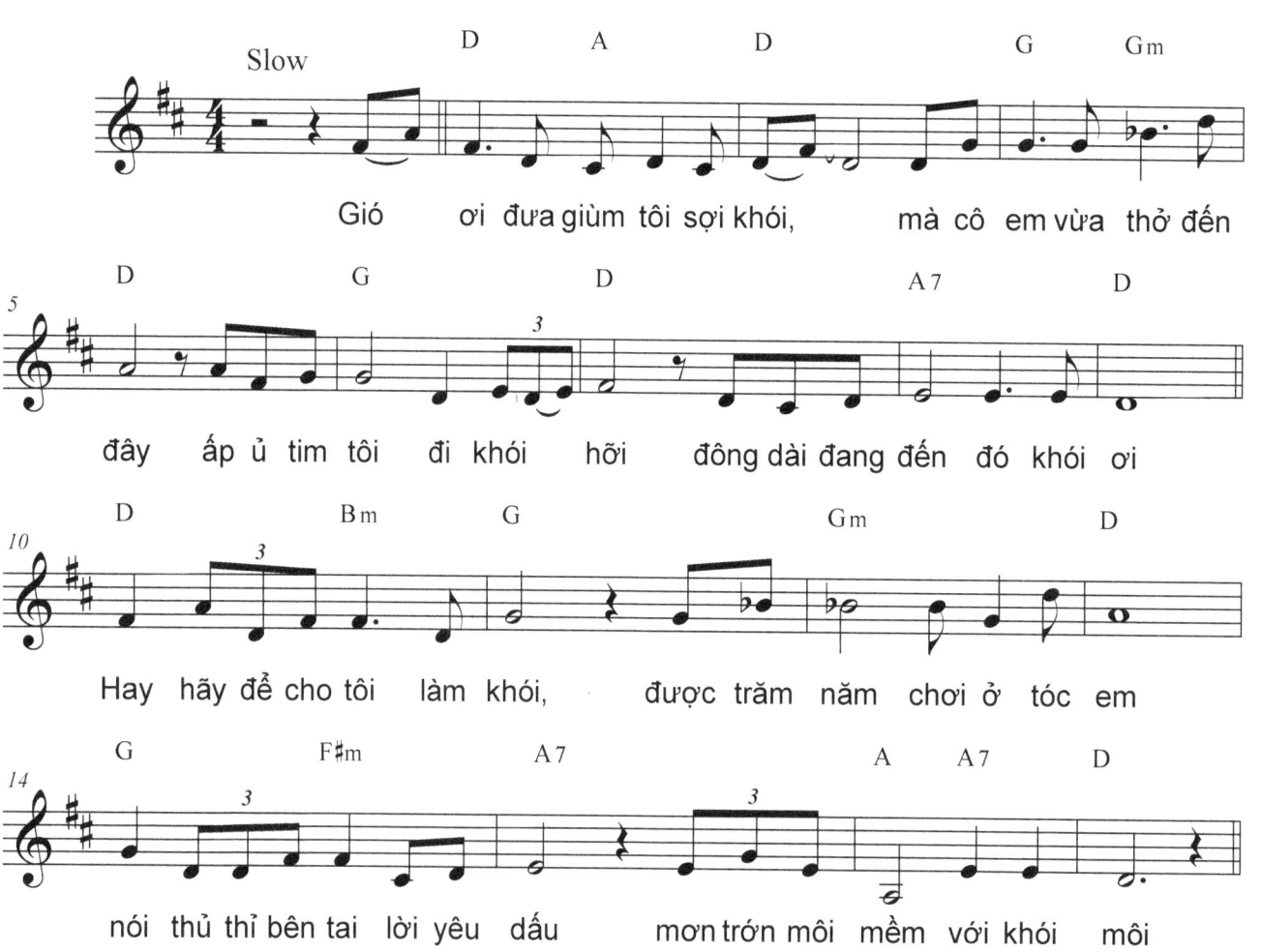

Kỷ Niệm Nào Trong Mắt Anh

Nhạc : Nguyên Bích
Lời : Trường Đinh - Nguyên Bích

Lá Rơi

Nhạc : Nguyên Bích
Thơ : Cao Nguyên

Cello Serenade
Tranh Đinh Cường

Lạc Nhau Nơi Tiền Kiếp

Thơ Mộc Lan
Nhạc Nguyên Bích

Lần Tương Tư Cuối Cùng

Thơ : Mùi Quý Bồng
Nhạc : Nguyên Bích

Lời Chúc Cho Em

Nguyên Bích

March 1999

Lời Nhắn Cho Người Tình

Thơ : Thanh An
Nhạc : Nguyên Bích

Người yêu ta sao ta khờ dại. Đã xa rồi như vẫn đâu

đây. Thanh Vân, đêm nay em ở đâu, em ở đâu ở đâu? Trái tim nhói

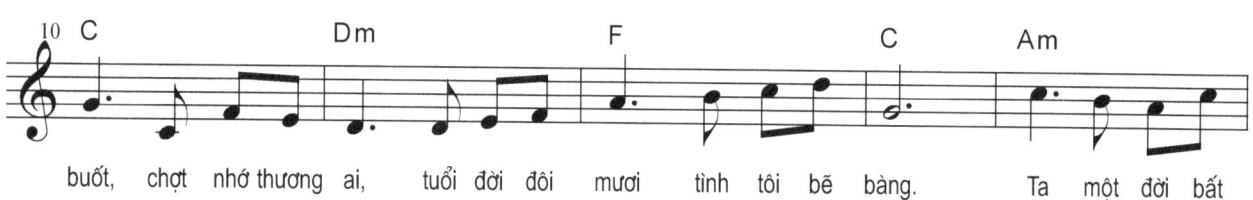
buốt, chợt nhớ thương ai, tuổi đời đôi mươi tình tôi bẽ bàng. Ta một đời bất

hạnh. Ta một đời tìm kiếm ý nghĩa tình yêu. Ngày mai tôi

Lời Nhắn Nhủ Dịu Dàng

Nhạc và lời : nguyên Bích

Lục Bát Mưa

Thơ LT Cao Nguyên
Nhạc Nguyên Bích

10/13/2020

Mắt Nai

Thơ : Khánh Trân
Nhạc : Nguyên Bích

Mây Và Núi

Thơ Mộc Lan
Nhạc Nguyên Bích

Mơ Hình Bóng Ai

Nhạc : Nguyên Bích
Lời: Thanh An - Nguyên Bích

Jan 9, 2004

Môi Nhớ Tàn Phai

Bàn chân nhớ đất còn khô nẻ
Môi nhớ tàn phai lệ nhớ mi

D.T. L

Thơ : Du Tử Lê
Nhạc : Nguyên Bích

Mong Manh

Thơ : Mùi Quý Bồng
Nhạc : Nguyên Bích

Một Đời

Nguyên Bích

Mưa Trong Nỗi Nhớ

Thơ : Hồ Tịnh Thu
Nhạc : Nguyên Bích

01/04/2020

Singing for the Mekong River

Tranh Nguyễn Phước

Mưa Và Nhớ

Nhạc : Nguyên Bích
Lời : Uyển Diễm

Mười Hai Lần Yêu

Nhạc : Nguyên Bích
Lời : Trường Đinh

Nét Đẹp Thanh Xuân

Nguyên Bích

Em có đôi môi cười đôi môi cười của một cánh hoa em có đôi tấm hình có tấm hình cô áo trắng nữ sinh. Em viết câu thơ lên tấm hình bức Mộng Hồng mượt mà ý thơ em nằm nghiêng trên bờ cỏ áo lụa là che hững hờ đôi chân Em tặng tôi tấm hình em cầm đàn bước vào vườn hoa ánh sáng chiếu soi tà áo vẽ chân dung dáng đẹp thiên thần Em có đôi tấm hình Có tấm hình mưa ướt bờ vai Em đề câu thơ trên tấm hình "Tươi Thanh Xuân Một Thoáng Khoe Đời"

09/09/2017

Ngỏ Ý

Thơ : Nguyễn Văn Cường
Nhạc : Nguyên Bích

Oct 28, 2000

Nhớ

Thơ : Bửu Châu
Nhạc : Nguyên Bích

Như Cơn Lốc Cuốn

Thơ : Nguyễn Văn Cường
Nhạc : Nguyên Bích

May 1996

Như Con Sóc Nhỏ

Thơ : Hồng Khắc Kim Mai
Nhạc : Nguyên Bích

Apr 12, 1999

Như Giọt Sương Mai

Nhạc và lời : Nguyên Bích

Nhung Nhớ Trong Đêm

Nguyên Bích

Nồng Nàn

Nguyên Bích

Nụ Cười Em, Năm Xưa

Nhạc và lời : Nguyên Bích

Rồi Sẽ Qua

Thơ : Huy Lưu
Nhạc : Nguyên Bích

Sám hối
Tranh Mùi Quý Bồng

Sám Hối

Thơ : Mùi Quý Bồng
Nhạc : Nguyên Bích

Sao Không Ở Lại Bên Nhau

Lời : Mỹ Ngọc
Nhạc : Nguyên Bích

Ngày qua còn gần nhau, ngày nay đã xa nhau. Mùi hương thơm phảng phất, nghe chừng quấn quít nơi đây. Lời xưa theo ngọn gió, tựa như chiếc thuyền trôi, mờ phai sau rặng núi, tan biến vào hư vô. Sao không ở lại bên nhau, dệt nốt bài thơ ngày cũ. Trời cao đọa đầy chia ly, để ta ôm sầu thiên thu. Còn đây bao kỷ niệm xưa nhung nhớ nào đong cho vừa bờ môi hôn đậm (ờ) chan chứa, vòng tay ru ngủ ấm đêm mưa. Ngày qua còn gần nhau, ngày nay đã xa nhau. Mùi hương thơm phảng phất. Sao không ở lại bên nhau.

Apr 30, 2002

Sao Vội Nhạt Phai

Nhạc và lời : Nguyên Bích
Viết hợp âm : Tuấn Ngọc

Chậm, trách móc

Sao em đi mà không nói với nhau một câu
2 - đi mà bóng dáng vẫn như còn đây
để cho anh hoài trông ngóng bóng em từng giờ
Mùi da thơm làn hơi ấm vẫn quanh bên mình
Từng buổi chiều đợi chờ bước chân nhìn cay
Đời nhạt nhòa lặng buồn hắt hiu này em
đắng qua đi nghẹn lời Em yêu ơi sao hững
hỡi sao vội nhạt phai.
hờ lạnh lùng em nghe chăng tiếng lòng gọi nhớ tên
em Trưa hôm nao tay ôm ấp dư hương còn đây
mới đêm nào mùi ân ái vẫn còn chưa phai Sao em

Apr 27, 1998

Tâm Sự Kẻ Xa Quê

Thơ : Mùi Quý Bồng
Nhạc : Nguyên Bích

Tâm Sự Với Dòng Sông

Lời và nhạc : Nguyên Bích

Cõi mộng (Dreamland)
Tranh Nguyễn Hữu Phước

Tháng Ngày Mật Ngọt

Nhạc : Nguyên Bích
ý thơ : Phạm Oanh

Thiệp Hồng

Thơ Huy Lưu
Nhạc Nguyên Bích

Jan 12, 2005

Thiếu nữ
Tranh Đinh Cường

Thơ Chẩy Hồn Tôi Nét Tên Em

Thơ : Nguyễn Văn Cường
Nhạc : Nguyên Bích

Thú Thương Đau

Thơ : Mùi Quý Bồng
Nhạc : Nguyên Bích

Thu Về Hôm Nao

ý thơ : Phạm Anh Dũng
Nhạc : Nguyên Bích

Tiếng Hát Com Tim

Nhạc và lời : Nguyên Bích

Aug 30, 1999

Tình Em

Thơ : Thanh An
Nhạc : Nguyên Bích

Jun 1, 2000

Tình Hoa Tím Trên Nốt Nhạc Vàng

Thơ : Thái Thụy Vi
Nhạc : Nguyên Bích

Sep 2000

Tình Học Trò

Nguyên Bích

Tình si
Tranh Mùi Quý Bồng

Tình Si

Thơ : Mùi Quý Bồng
Nhạc : Nguyên Bích
Viết hợp âm: Nguyễn Hữu Thông

Tình Tiếc Nuối

Thơ : Nguyễn Minh Đức
Nhạc : Nguyên Bích

Tình Vỡ

Nhạc Nguyên Bích
Thơ Hồng Trâm

July 16, 2017

Tôi Sẽ Về Thăm

Thơ : Nguyễn Văn Cường
Nhạc : Nguyên Bích

Trong Góc Nhỏ Linh Hồn

Thơ : Trường Đinh
Nhạc : Nguyên Bích

Trong Lũy Tre Quê Hương Tôi

Thơ : Nguyễn Văn Cường
Nhạc : Nguyên Bích

Từ Thơ Ấu Ngậm Ngùi

Thơ : Du Tử Lê
Nhạc : Nguyên Bích

Từ Thuở Xa Em

Yêu em sỏi đá vẫn đợi chờ
Vẫn ngồi mài mực thuở dông sơ
Sóng nước ân cần lau sậy cũ
Bèo hợp trăng xưa mộng chẳng ngờ
Phạm Oanh

Thơ : Phạm Oanh
Nhạc : Nguyên Bích

Tuổi Năm Mươi

ý thơ : J. Ngọc
Nhạc : Nguyên Bích

Tuyết Rơi Vào Nỗi Nhớ

Thơ Cao Nguyên
Nhạc Nguyên Bích

Mar 18, 2018

Phố mùa đông
Tranh Đinh Cường

Ước Ao

Thơ : Thanh An
Nhạc : Nguyên Bích

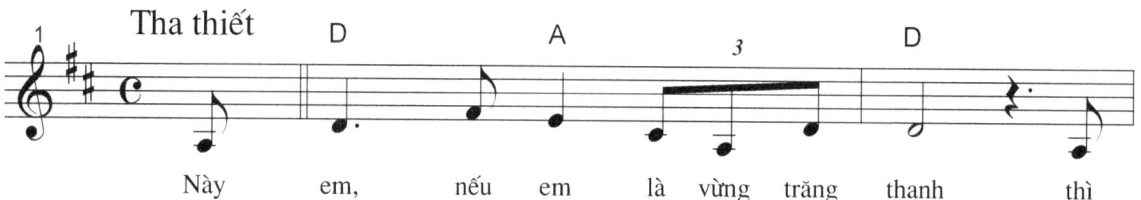

Này em, nếu em là vừng trăng thanh thì

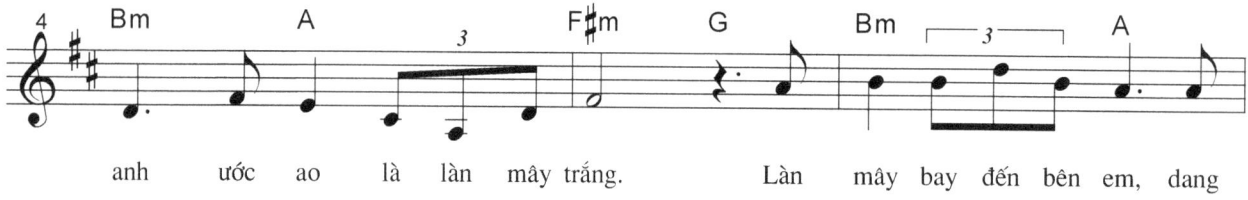

anh ước ao là làn mây trắng. Làn mây bay đến bên em, dang

tay che khắp cả đêm ngày, để anh, mình anh thôi nhé, ngắm nhìn em thôi. Này

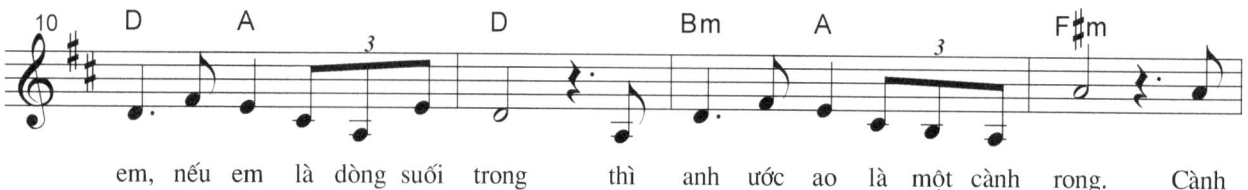

em, nếu em là dòng suối trong thì anh ước ao là một cành rong. Cành

14 G A F♯m G Em A7
rong sống bên em trên sóng nước bập bềnh để mãi mãi ta đừng xa nhau em
17 D D7 G A A7/G D
ơi. Này em yêu hỡi, nếu em đã là loài hoa đã riêng ai, thì anh anh
20 G A A7/G D G
sẽ sót sa xin làm một chiếc lá rơi. Một chiếc lá bơ vơ,
23 Em D Bm Bsus4 Em A7 D A7
một chiếc lá đơn côi bay loanh quanh bên đời em trong buồn thiu. Này
26 D A D Bm A
em, hãy như là một cành lan. Chờ anh đón em về trìu mến nâng
29 F♯m G A A7/G D
niu. Đời anh khi vắng em sẽ như là chiếc lá kia. Này
32 Bm A G A7 D
em, em yêu hỡi hãy trả lời niềm ao ước của anh.
Aug 15, 1999

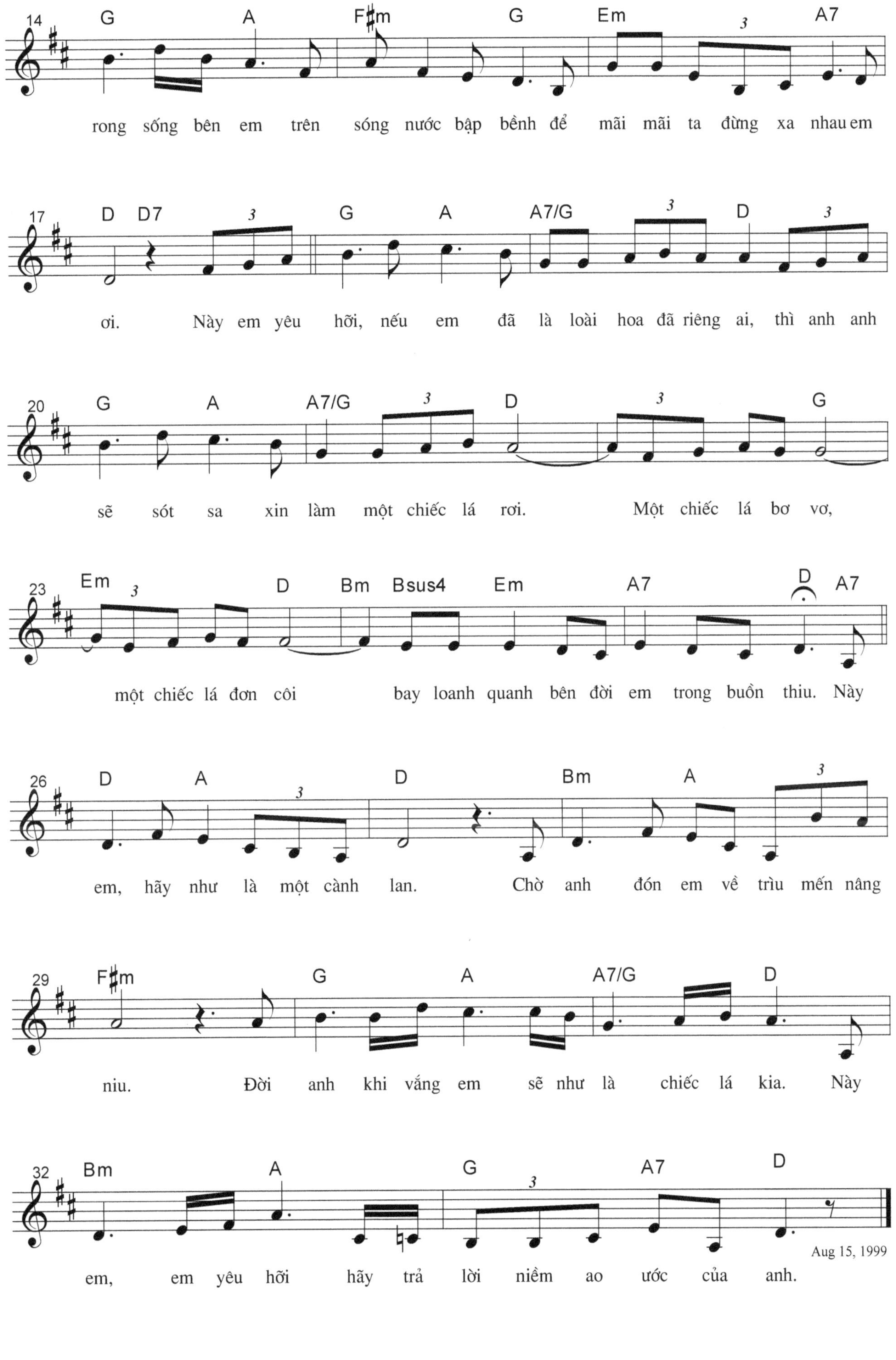

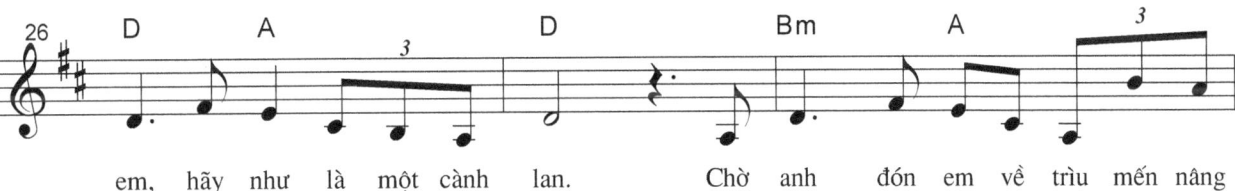

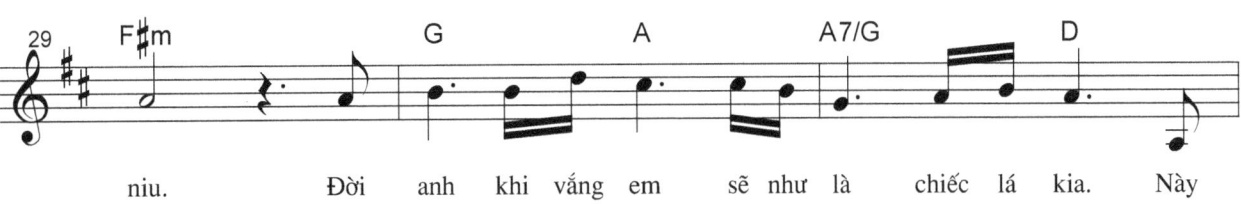

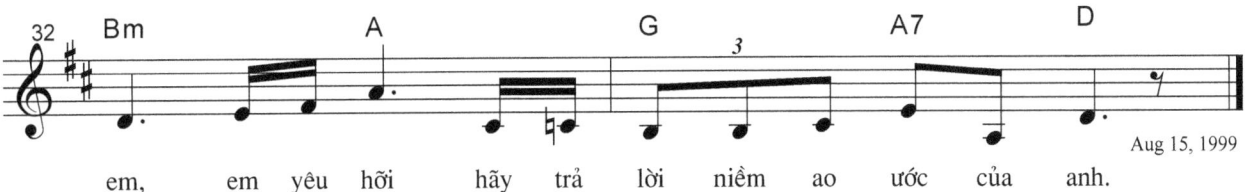

Ước Vọng

Thơ : Mùi Quý Bồng
Nhạc : Nguyên Bích

Aug 1996

Summer garden
Tranh Nguyễn Hữu Phước

Vẫn Là Anh, Vẫn Là Em

ý thơ : Mỹ Ngọc
Nhạc : Nguyên Bích

Xin Rửa Tội Tôi

Thơ : Du Tử Lê
Nhạc : Nguyên Bích

Yêu Anh Mãi Mãi

Nguyên Bích

Yêu Em

Nguyên Bích

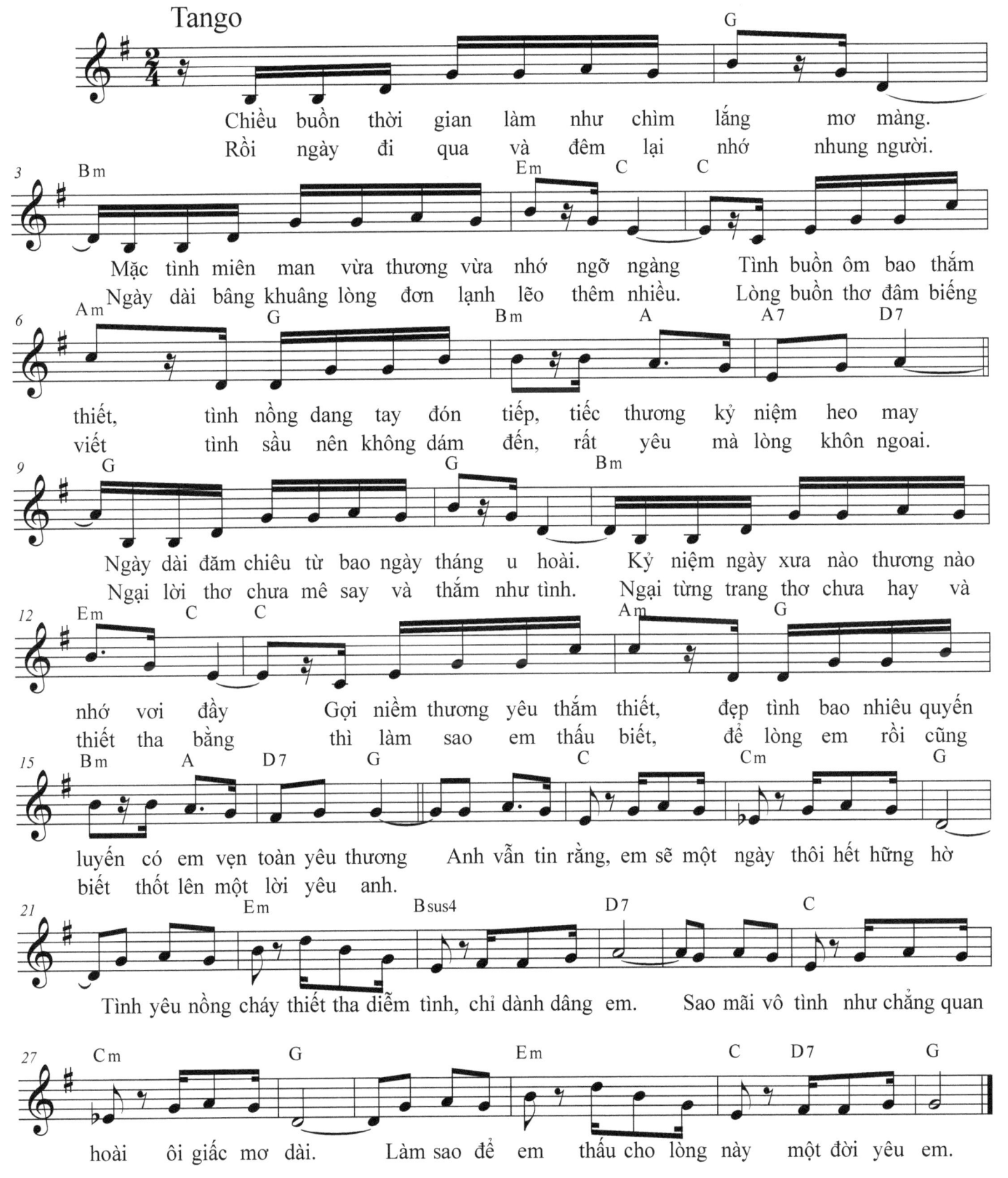

Nhạc Hát Với Các Bạn

YKSG 6370

Chào Mừng Hội Ngộ

Nguyên Bích

Buổi Hội Ngộ Con Con

Nguyên Bích

CD nhạc Nguyên Bích do các Trung Tâm nhạc phát hành

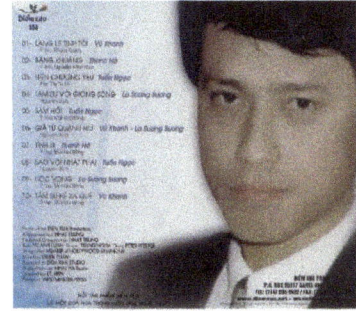

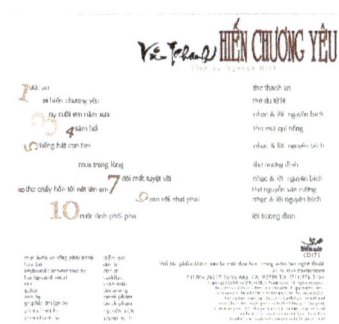

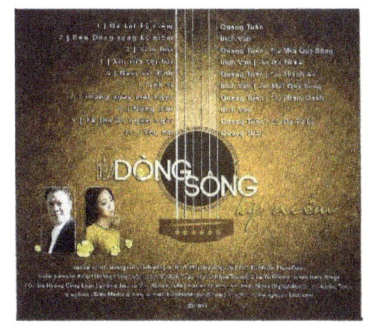

CD nhạc Nguyên Bích do các Trung Tâm nhạc phát hành

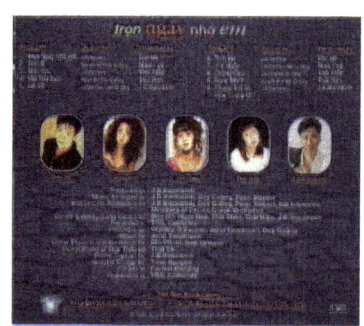

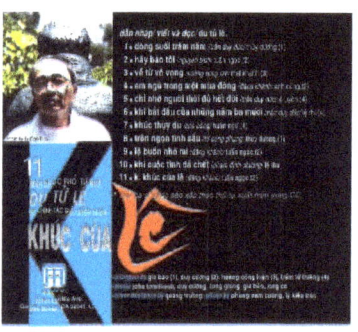

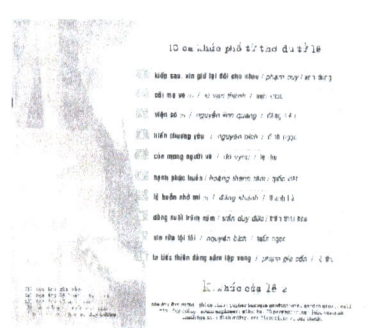

CD nhạc Nguyên Bích do các Trung Tâm nhạc phát hành

Nguyên Bích tên thật là Nguyễn Văn Bích sinh năm 1944 tại Hà Nội, di cư vào nam năm 1954, sống và lớn lên tại Saigon. Học trung học tại các trường Nguyễn Bá Tòng, Hàn Thuyên, Phan Sào Nam và Chu Văn An. Tốt nghiệp YKĐH Saigon khóa 1963-1970, cũng là cựu Sinh Viên Quân Y tốt nghiệp khóa HD17. Ra trường phục vụ tại SĐ9BB, năm 1975 là Tiểu đoàn phó TĐ9QY. Sau tháng 4/1975 bị đi tù cải tạo, đến 1977 thì được tạm tha, được chỉ định làm BS phòng cấp cứu kiêm BS gây mê BV An Nhơn Tây Củ Chi. Tháng 5/1979 cùng với vợ vượt biên sang được Mã Lai, ở trại tỵ nạn Pulau Tengah, được định cư tại Mỹ tháng 9/1980 tại Houston. Vợ đi làm, chồng đi học, làm residency tại UTMB Galveston , bắt đầu hành nghề lại làm BS gia đình tại Houston từ tháng 7/1988 cho tới nay. Dự định về hưu năm 2023.

Nguyên Bích yêu âm nhạc, là ca viên ca đoàn nhà thờ Công Giáo, hát bè Bass và chơi guitar, piano trong các ca đoàn này. Học căn bản nhạc lý tại trường Nguyễn Bá Tòng, học xướng âm với ông cậu ruột là nhạc sĩ Hùng Lân, học guitar, piano, hòa âm với các ca trưởng, các bạn và từ sách vở. Nguyên Bích bắt đầu sáng tác nhạc khoảng năm 1996 cho đến nay có được khoảng 100 bài nhạc. Nguyên Bích có 47 bài nhạc được thâu CD với các tiếng hát Tuấn Ngọc, Vũ Khanh, Quang Tuấn, Trần Thu Hà, Bích Vân, Thanh Hà, Thái Hiền, Đinh Ngọc, La Sương Sương, Ngọc Huệ, Hằng Nga do các trung tâm băng nhạc Diễm Xưa, Mai Ngọc Khánh, Việt Star Productions, HT productions, Nhạc Việt Collections sản xuất và phát hành. Nguyên Bích có website riêng, xin vào www.nguyen-bich.com để xem và nghe những bài nhạc mới nhất của Nguyên Bích. Địa chỉ liên lạc với Nguyên Bích Bichbinh@gmail.com

www.ingramcontent.com/pod-product-compliance
Lightning Source LLC
Chambersburg PA
CBHW061111070526
44583CB00027B/3253